கார்த்தியின் ஆராய்ச்சி

மீனா சுப்ரமணியன்

ISBN 979-8-89026-823-5

உள்ளடக்கம்

கார்த்தியின் ஆராய்ச்சியில் கிடைத்த கண்டுபிடிப்புகள்

"கார்த்திகேயன்?" என தன் பெயரை ப்ரொ∴பசர் கண்ணபிரான் உரக்கக் கூப்பிடுவது கேட்டது. PhD படிப்பு முடிய 6 மாதங்கள் இருக்கும் தருவாயில் ஆராய்ச்சி வேலை பாக்கி இருந்ததை அவர் சுட்டிக்காட்டுவது தெரிந்தது கார்த்திக்கு. சீட்டை விட்டு எழுந்து நின்றான்.

"நீ என்னை டிபார்ட்மென்டில் வந்து பாரு," என்றார் ப்ரொ∴பசர்.

"சரி சார்," என்றான்.

சந்தித்து விட்டு வந்தவனுக்கு மற்ற மாணவர்களுடன் பேசுவதற்கு வெட்கமாக இருந்தது. அவனுக்கு ஆராய்ச்சி வேலை செய்ய மிக்க விருப்பம். அவர் தன்னை பார்க்க அழைத்தது மதிப்பெண் குறைவாக இருப்பதற்கு. தன்னை சுதாரித்து கொண்டு உடனே வீடு திரும்பினான்.

வேளச்சேரி பேபி நகர் 3ம் வீதி

"ஏண்டா கார்த்தி, சோகமாக இருக்கியே?" தாய் லக்ஷ்மி கேட்டாள்.

"காலேஜில் ப்ராப்ளம்," என்றான்.

ஹாலில் தந்தை முன் உட்கார்ந்து எல்லா விவரங்களையும் கூற அதை கேட்டதும் அவன் பெற்றோர்கள் கவலைப் பட ஆரம்பித்தனர். "DO NOT WORRY, I WILL SOLVE IT MYSELF." என்று கூறி அடுத்த நிமிடமே லக்னெள நகரம் செல்ல முடிவு எடுத்தான். 3 முதல் 6 மாதம் வரை ஆகும். அங்கு ரிசர்ச் செய்து பின் பேப்பர் ப்ரெசென்ட் செய்ய முடிவு எடுத்தான். அவன் அதிர்ஷ்டம். அடுத்த திங்கட்கிழமை செல்ல டிக்கெட் உடனே கிடைத்தது.

சென்ட்ரல் ஸ்டேஷன்

"சார் வண்டி ரெடி," என்று டிரைவர் ராமுவின் உரத்த குரல் வீட்டில் உள்ள எல்லோருக்கும் கேட்டது.

"கார்த்தி! கார்த்தி!" என அவன் தாய் லக்ஷ்மி அவனை உச்சி முகர்ந்து பின் ஆசீர்வாதம் செய்தார். தந்தை சரவணன் அவர்கள் சற்று மனச் சலனம் அடைந்து இருந்தாலும், காட்டிக் கொள்ளவில்லை. டாக்ஸி ரயில்வே ஸ்டேஷனை நோக்கி செல்லும் தருவாயில் கார்த்தி தனது PhD பட்டப்படிப்பு முடிப்பதை பற்றி யோசனை செய்த வண்ணமே இருந்தான். அவன் கூட ஸ்டேஷன் சென்ற தாய் மற்றும் தந்தை மௌனமாகவே இருந்தனர்.

இந்தியன் ஸ்கூல் ஆஃப் எகனாமிக்ஸ் என்ற உயர்தரக் கல்வி வழங்கும் பல்கலைக்கழகத்தில் கார்த்திகேயன் PhD பட்டம் பெற சேர்ந்து நான்கு வருடங்கள் முடியும் தருவாயில் இருந்தது. ஆராய்ச்சி வேலை மட்டும் பாக்கி இருந்தது. அவன் என்விரொன்மெண்டல் எகனாமிக்ஸ் பாடத்தில் ஆராய்ச்சி செய்ய முடிவு எடுத்திருந்தான். இன்று ஐந்து மணிக்கு புறப்பட இருந்த லக்னௌ எக்ஸ்பிரஸ் ஸ்டேஷனுக்கு இப்பொழுது வந்திருக்கும் என்று நினைத்த வண்ணம் வண்டியில் ஏறினான். ஒரு

மணி நேரத்தில் டாக்ஸி ஸ்டேஷனில் நின்றது. அனைவரிடமும் விடை பெற்றுக்கொண்டு ரயில் பெட்டியில் ஏறினான்.

"அரே! ஜல்தி பாய்," இன்னொரு பயணி கூறுவது கேட்டது. ரயில் சீட்டில் செட்டில் ஆகி பின்பு யோசித்தான்.

"ஹிந்தி மொழி ஒரு தலைவலி! என்ன செய்யலாம்?" என்று எண்ணினால் ஆராய்ச்சி வேலை தடைப்படும். எப்படியாவது சமாளிக்கணும். ஹ்ம்ம்! என்ன செய்வது? "நோ பெயின், நோ கெயின்" என்ற ஆங்கில வாக்கியம் நினைவில் வந்தது. சமாதானப் படுத்திக் கொண்டான். நிவேதா அவன் கல்லூரி டிகிரி படிப்பில் சக மாணவி. அவளையே நினைத்து மன அமைதி கொண்டான். எல்லா சப்ஜெக்டிலும் க்ளாஸ் ∴பர்ஸ்ட். முனைவர் பட்டம் எகனாமிக்ஸ் பிரிவில் பெருவதற்கு லண்டன் ஸ்கூல் ஆஃப் எகனாமிக்ஸில் படிக்கச் சென்றிருந்த அவள் பீ. ஏ. படிக்கும் தருவாயில் சிறந்த ஸ்நேகிதி. கார்த்தியின் க்ரியேடிவ் சிந்தனை நிவேதாவிற்கு பிடித்தது. ஆனால் அவளைப் போல் வெளிநாட்டுப் படிப்புக்கான வசதி கார்த்தி வீட்டில் இல்லை.

ரயில் மெல்ல நகர்ந்தது. சீக்கிரமெ தூக்கத்தில் ஆழ்ந்து விட்டான். நெல்லூர் ஸ்டேஷன் வரும் பொழுது 8.45 ஆகி விட்டது. டிஃபின் சாப்பிட்டு விட்டு, லேப்டாப் திறந்து கண்ணோட்டம் விட்டான். நேரம் சென்றதே தெரியவில்லை. புதிய ஊரில் இந்தி மொழியில் பேசி மேனேஜ் செய்வது பற்றி சற்று யோசனை செய்தான். நேரம் வேகமாக சென்றது. ராத்திரி உணவு, பேன்ட்ரி

கார் தயவு. அடுத்த நாள் ராத்திரி 7 மணி அளவில் லக்னௌ ஸ்டேஷனில் ரயில் நின்றது. மிகுந்த களைப்பு. ஆயினும் நண்பன் தயானந்த் தன்னைக் கூட்டிச் செல்வதற்கு வந்திருந்ததைக் கண்டதும் களைப்பு எல்லாம் மறந்து போயிற்று. தயானந்த் இண்டியன் இன்ஸ்டிடியூட் ஆஃப் டொக்சிகாலஜி & ரிசர்ச் என்ற பல்கலைக்கழகத்தில் விரிவுரையாளர்.

கார்த்தியைக் கட்டி தழுவிப் பின் "ஹெல்லொ" என்றார் தயானந்த்.

"ஹலோ" என்ற கார்த்திக்கு மெய் சிலிர்த்தது.

"தாய் தந்தை நலமா?"

"மிக்க நலம்"

கார்த்தி, பெரிய ஆளாகிவிட்டது அவன் உயரத்திலும் அவன் தேக வாக்கிலும் தெரிந்தது. தயானந்த் இவற்றில் சற்று குறைவு. மேலும் சென்னை மாநகரம், கார்த்தியின் அண்ணன், மற்ற தோழர்கள், இவர்களைப் பற்றி கேள்வி மேல் கேள்வியைக் கேட்டு, பின் அவர்கள் நகரும் சமயம், அடுத்த ரயில் வருகை பற்றி அறிவிப்பு வந்தது.

சிறு வயதில் சென்னையை விட்டு நாக்பூர் ஊரிற்கு மாற்றலாகிச் செல்லும் பொழுது தயானந்த், கார்த்தி கண்களிலும் நீர் தளும்பியது. நாக்பூர் வந்து தங்குமாறு அழைத்து விட்டுதான் சென்றான். மற்றும, வேறு பல நகரங்களுக்கு மாற்றலாகி சென்ற பொழுதும் இருவருக்கும் கடித தொடர்பு இருந்து வந்தது. சிறுவயது நண்பன். அவன் தந்தை ராணுவத்தில் வேலை செய்தார். மூன்று வருடங்கள் சென்னை

நகரத்தில் வேலை செய்த போது கார்த்தி வீட்டு பக்கத்தில் உள்ள மைதானத்தில் இருவரும் சேர்ந்து விளையாடி நண்பர்கள் ஆகினர். தயானந்த், கார்த்தி வீட்டிற்கு வந்து அவன் தாய் கொடுத்த தேனீரைப் பருகி திரும்பி வீடு செல்வது அவர்களுக்குள் இருந்த நட்பை பலப் படுத்தியது.

கான்பூர் வானிலை மிதமாய் இருந்தது. நண்பன் தன் வீட்டுக்கு அழைத்துச் சென்றான். நண்பனுக்கு இன்னும் திருமணம் ஆகவில்லை. குளித்து விட்டபின் இருவரும் உணவு உண்டனர். காஸ்ஸரோலில் வைத்திருந்த உணவு வேகமாக உள்ளே சென்றது. உணவு உண்டு இளைப்பாரினான். புது மாநிலம், புது ஊர்; சற்று கவலைகள் இருந்தன. ஆயினும் 3 அல்லது 6 மாதங்களே, என சமாதானம் செய்து கொண்டான். அடுத்த நாள் காலை ஆறு மணிக்கு எல்லாம், மாடி வீடு என்பதாலோ என்னவோ, சூரிய ஒளி முகத்தின் மேல் பிரகாசித்தது. அன்று சனிக்கிழமை. நண்பனின் ஆலோசனைப்படி ஊர் சுற்றி பார்த்து விட்டு பிறகு திங்கட்கிழமை முதல் வேலையைத் துவங்க முடிவு செய்தான்.

எல்லா கலாச்சாரமும் கலந்தது லக்னௌ நகரம். ஹஸ்ரத்கஞ்ச், அம்பேத்கர் பார்க், படா இமாம்பரா, ரூமி தர்வாசா என எல்லா இடங்களையும் சுற்றிப் பார்த்து வீடு திரும்பும் போது மணி 12 இரவு.

வேளச்சேரி பேபி நகர்

கார்த்தியின் அண்ணன் மணிவண்ணன் அலுவலகத்தில் இருந்து வந்திருந்தான். கார்த்தி போய் சேர்ந்து தகவல் வந்தது குறித்து வினாவி விட்டு தன் அறைக்குச் சென்றான். மற்றும் உணவு உண்ண ஒரு முறை வெளியே வருவான். கார்த்திக்கு ஐந்து வயது மூத்தவன். திருமணத்திற்கு பெற்றோர்கள் முயற்சி செய்து கொண்டிருந்தனர். ஒரு மனிதன் இல்லை என்பதால் வீடு ரொம்ப காலியாக இருப்பது எல்லோருக்கும் தெரிந்தது. தந்தை ரிடையர் ஆகி 6 மாதங்கள் ஆகியிருந்தது. அவருக்கு ஏ. ஜீஸ். ஆஃபீஸில் வேலை. அவருக்கு சொந்தமாக ஒரு சின்ன வீடு. உத்யோகத்தில் இருந்து ஓய்வு பெற்ற பின் கட்டிய சிறிய வீடு. ஆடம்பரம் சற்றும் இல்லை. இது கார்த்தியின் வீட்டு சூழ்நிலை.

டாக்டர் மது பேனர்ஜி

"குட் மார்னிங் சார்! மே ஐ கம் இன்?" என்று கேட்டுக்கொண்டே நின்றான் கார்த்தி. உள்ளே வர உடன் அனுமதி கிடைத்தது. உள்ளே நுழைந்தான். பேராசிரியர் அனுப்பிய அறிமுகக் கடிதம் உதவியாக இருந்தது. "இன்று போய் நாளை வாராய்" என்ற வசனம் வருகின்ற கர்ணன் திரைப்படம் நினைவுக்கு வந்தது. நாளை ரிசர்ச் முதல் நாள். பல்கலைக்கழக கட்டிடம் மாடர்ன் முறையில் கட்டப்பட்டிருந்தது. பேராசிரியர் அரை. அருகில் சில கிளாஸ் ரூம் கட்டப்பட்டு இருந்தன. மாஸ்டர்ஸ் கோர்ஸ் கிளாஸ் நடந்து கொண்டிருந்தது.

"எக்ஸ்க்யூஸ் மீ" என்று உதவி பேராசிரியர் இடம் பெர்மிஷன் லெட்டர் காட்டி விட்டு வேகமாக காலி நாற்காலியில் உட்கார்ந்தான். "கற்றது கைமண்ணளவு, கல்லாதது உலகளவு" என்ற பழமொழி எவ்வளவு உண்மை என்று உணர்ந்த வண்ணம் அவர் உரையை கவனித்தான். மதியம் மணி 1. கான்டீன் உணவு பரவாயில்லை. சில கோர்ஸ்களுக்கும் அப்பொழுதுதான் இன்டெர்வியு நடந்து கொண்டிருந்தது.

தனக்கு தெரிந்த ஹிந்தி மொழியில் ஸம்பாஷணை செய்தான். சப்பாத்தி, தால்-சாவல், என இருந்த சில

உணவு வகைகளை உண்டு சமாளித்தான். பிறகு அதே கிளாஸ் ரூமுக்கு பாடம் பயிலச் சென்றான். மாலை நண்பன் வந்து அழைத்து செல்வதாக ஏற்பாடு. அடுத்த வாரம் லெதர் பேக்டரிகளுக்குச் செல்ல சாங்ஷன் லெட்டர் நாளை கிடைக்கும். இண்டஸ்ட்ரியல் எஸ்டேட்டை சேர்ந்த அருகில் உள்ள விடுதியில் தங்க முடிவு எடுத்தான்..

ஐஜ்மாவ் - கான்பூர்

கார்த்தி கான்பூர் செல்ல தயானந்த் டாக்சி ஏற்பாடு செய்திருந்தார். ஐஜ்மாவ் கான்பூர் நகரத்தின் புறநகர் பகுதியில் இருந்தது. 400 லெதர் தொழிற்சாலைகள் நிரம்பிய இடம். தயான்ந்திற்கு அந்த இடங்கள் பற்றிய தகவல்கள் தெரியும். பஸ் டெர்மினஸ் அருகில் ஒரு நல்ல லாட்ஜில் கார்த்தி தங்கினான். இண்டஸ்ட்ரியல் எஸ்டேட்டுக்குச் செல்ல மிகுந்த நம்பர்களில் பேருந்துகள். மற்றும் பிரேக் தேவைப்படும் பொழுது லக்னௌ செல்ல வாகன வசதிகள் ஏராளம். தன் ரிசர்ச் வேலையை விரைவாக முடித்து சென்னை திரும்பி விடலாம் என்ற நம்பிக்கையுடன் ஹோட்டல் ரூமில் செட்டில் ஆனான்.

இரவு 7 மணி அளவில் வெளியே பார்த்தால் ஒரே இருட்டு. ரிசப்ஷனுக்கு தொலைபேசி மூலம் கேட்டான். தினமும் 7 மணி முதல் கரண்ட் கட் ஆகும். தினமும் இரண்டு மணி நேரம் கரண்ட் கட். எவ்வளவு மோசம் என்று தமிழில் கூறிய வண்ணம் பையில் இருந்த டார்ச் லைட்டை ஆன் செய்தான்.

கான்பூர் லெதர் தொழிற்சாலைகள் 600 எண்ணிக்கையில் இருக்கும். 543 தொழிற்சாலைகள் புனித கங்கை நதியை சீரழிய செய்து கொண்டிருந்தன.

இதைப் பற்றி படித்தது நினைவுக்கு வந்தது. தன் விடாமுயற்சியால் ஏதாவது குறைக்க வழி வகுக்க வேண்டும் என்ற திண்ணத்துடன் ஆராய்ச்சியில் இறங்கினான்.

அடுத்த நாள் காலை முதலாவதாக "வெல்கம் டான்னெரி". முதலில் வெல்கம் செய்தவர்கள்; வந்த காரியத்தைக் கூறியவுடன் சற்று பின் வாங்கினார்கள். பெர்மிஷன் லெட்டர் காட்டிய பின்பு உள்ளே செல்ல அனுமதி வழங்கினர். ஒரு மணி நேரம் ஜெனரல் மேனேஜரிடம் பேசி விட்டு தொழிற்சாலையை சுற்றி வந்தான். மிகப்பெரியது. வேவ்வேறு செயல்முறைகள் இருந்தன. இறுதியில் வேஸ்ட் டிஸ்போசல் காண்கையில் மிகவும் கவலைக்கு இடமாக இருந்தது. ∴பர்ஸ்ட் அப்சர்வேஷன் பெஸ்ட் ஆக இல்லை. பெரிய குழாய் மூலம் ட்ரீட்மெண்ட் பிளாண்ட்டுக்கு கழிவு நீர் செலுத்தப் பட்டது. செல்லும் வழியில் சிறிய துளை மூலம் கொஞ்சம் கழிவு சாயம் நீர், நிலத்தில் பாய்ந்தது. யாரும் ரிப்பேர் செய்ததாக தெரியவில்லை. அங்கு வேலை செய்பவர் பெயர், தங்கும் இடங்கள், முகவரி அவற்றை பதிவு செய்துக் கொண்டான். ஜெனரல் மனேஜரிடம் நன்றி கூறி விட்டு வெளியே வந்தான். பத்து நிமிடத்தில் ஒரு ஹோட்டல் கண்ணுக்கு தென்பட்டது. ரொட்டி, தால் மற்றும் தஹி. லஞ்ச் ஓவர்.

தயானந்த் சிபாரிசு செய்த ஹோட்டல். ஒரு வாரத்தில் சென்னை சிற்றுண்டி ஹோட்டலுக்குச் செல்ல தூண்டி விட்டது. இன்னும் 100 நாட்கள் தேவைப்படலாம் முற்றிலும் முடிப்பதற்கு. அதற்கு

மேலும் ஆகலாம். வாட்ஸ்அப் கால் மூலமாக குடும்பத்தினரிடம் அவ்வப்பொழுதுப் பேசிக் கொண்டிருக்க வேண்டியதுதான். அடுத்து மதிய வேளை "த நேஷனல் டான்னெரீஸ். முன்பை விட சற்று பெரியது. இந்த முறை வரவேற்பு பரவாயில்லை. மேனேஜர் தன் அறைக்கு கார்த்தியை அழைத்து காபி, பிஸ்கட் வரவழைத்து சாப்பிட வைத்தார். காபி ஒன்று மட்டும் எங்கு பருகினாலும் மிக சுவையாக இருந்தது.

அடுத்த 2 மணி நேரம் ∴புல் இன்ஸ்பெக்ஷன். இந்த முறை கழிவு நீர், ட்ரீட்மென்ட் பிளான்ட் மூலம் வெளியே சென்றது. சற்று திருப்திகரமாக இருந்தது. தன் ரெகார்ட் புக்கில் எல்லாவற்றையும் பதிவு செய்து கொண்டான். இது போல் மேலும் 5 கம்பெனிகள் ஆராய்ச்சி செய்தான். பத்து நாட்கள் தேவை பட்டன. மொத்தம் 7 கம்பெனிகள் பார்த்தாகி விட்டது. சுற்று சூழல் மாசு படுவதைக் கண்டு மனம் நொந்தான். தாய் நாட்டுக்கு ஏதாவது நல்லது செய்ய வேண்டும் என்ற ஆர்வம் அவனிடம் முன்னே உண்டு. இதை எல்லாம் பார்த்ததும் மனம் மிக நொந்து போயிற்று.

வெள்ளிக்கிழமை இரவு 9 மணி அளவில் கார்த்தி, தயானந்த் வீட்டில் இருந்தான். நண்பனிடம் பேச முடியவில்லை. அவன் காலேஜ் வேலையில் மும்முரமாக இருந்தான். பெற்றொர்கள் உறங்க சென்றிருப்பார்கள். சற்று நேரம் தொலைக்காட்சியில் செய்திகள் பார்த்து விட்டு உறங்கச் சென்றான். ரிபப்ளிக் டிவியில் அர்னாப் கோஸ்வாமி லவுட் ஸ்பீக்கர் உயர்ந்த டெசிபல் வெவலில் இருந்தபடியே, செய்திகள் வாசிப்பதைப் பார்க்க ஆர்வமாய் இருந்தது.

ஹரித்வார் - ரிஷிகேஷ்

"கார்த்தி" என தயான்ந்த் எழுப்புவது கேட்டது. அப்பொழுது காலை நேரம் ஏழு மணி. நண்பர் அன்று சீக்கிரம் அலுவலகத்திற்கு செல்லத் தேவையில்லை. காரணம் அடுத்த சில நாட்கள் நாடெங்கும் விடுமுறை. நவராத்திரி பண்டிகையைக் குறித்து விடுமுறை. ரிஷிகேஷ் செல்ல தயானந்த் மாலை இரயிலில் டிக்கெட் வாங்கியிருந்தான். புனித கங்கை நதியைக் காண யாருக்குத்தான் விருப்பம் இருக்காது?

தயானந்தின் பெற்றோர் கர்நாடகத்தின் டும்கூர் மாகாணத்தைச் சேர்ந்தவர்கள். ராணுவத்தில் வேலை செய்ததால் அவர் தந்தை வெவ்வேறு ஊரிற்கு மாற்றலாகிச் சென்றார். ஆதலால் ஓய்வு பெற்றபின் சொந்த ஊரான டும்கூரில் செட்டில் ஆகி விட்டனர். வருடம் ஒரு மாதம் வந்து மகன் வீட்டில் தங்கிச் சொந்த ஊர் திரும்புவார்கள்.. இனிமேல் அடுத்த ஆகஸ்டில் எதிர்பார்க்கலாம்.

வடநாட்டில் வளர்ந்து பழகிய தயானந்துக்கு ஹிந்தி மொழி தாய்மொழி போன்றது. ஹிந்தி மொழிப் பிரச்சனை இல்லை. இரவு 7 மணி ரயில் வண்டியில் ரிஷிகேஷ் புறப்பட்டனர். சனிக்கிழமை கதிரவன் உதயம் ஆக சில நேரமே இருந்ததால் ரிஷிகேஷ்

மிதமான வெளிச்சத்துடன், மற்றும் இளந்தென்றலும் உள்ள நகரமாய் அப்பொழுது இருந்தது. கார்த்தி வடக்கே புண்ணிய க்ஷேத்ரங்களுக்கு செல்வது இதுவே முதல் தடவை. முற்றிலும் வேறுபட்டு காட்சி அளித்த நகரத்தை விவரிக்க அவனுக்கு வார்த்தைகள் போதவில்லை. குளிர் சற்று இருந்ததால் ஸ்வெட்டர் தேவைப்பட்டது. தயானந்த் தங்குவதற்கு ஏற்பாடு செய்த சுவாமி சிவானந்த ஆசிரமத்தை நோக்கி பயணித்தனர். ஆட்டோ ஒன்றில் ஏறி போகிற வழிகளில் வயலுக்கு வேகமாக செல்லும் விவசாயிகள், பிரம்மாண்ட அளவில் பால் பாத்திரங்கள் எடுத்துச்சென்ற மினி வேன்கள், குக்கூ பறவைகளின் கூவல்கள், கங்கையின் ஆற்று ஓடைகளில் நீராடச் செல்லும் பெண்கள் என கண்ணுக்கும் காதுக்கும் ஏகப்பட்ட விருந்து. இதுவல்லவோ இருக்கத் தகுந்த நகரம் என்று நினைத்தான் கார்த்தி. சென்னை திரும்பி செல்ல வேண்டும் என்ற ஆசை அப்பொழுது இல்லை. திங்கட்கிழமைக் காலை வரை அங்கு தங்கலாம் என்றும், அதற்குப் பிறகு அருகில் உள்ள ஹரித்வாருக்குச் செல்லாம் என முடிவெடுத்திருந்தார் தயானந்த்.

சனிக்கிழமை காலை காபி சிற்றுண்டி உண்டவுடன் ரூம் நம்பர் 108 சென்று செட்டில் ஆகினர். இருவரும் தத்தம் குடும்பத்தினருக்கு கைபேசியில் விஷயங்களைப் பரிமாறியப் பின் அன்று எங்கு செல்வது குறித்து ஆராய்ச்சி செய்தனர். தயானந்த் இந்த இடங்களுக்குத் தாய் தந்தையுடன் சிறு வயதில் வந்திருக்கிறாள். இப்பொழுது யாவதும் புதிதாகத் தென்பட்டது. இருவரும் கடைகளை நோக்கிச் சென்றனர்.

இரண்டு சுற்றுகள் சென்று ஆஸ்ரமத்திற்கு மீண்டும் வந்தனர். ஆசிரமத்தின் பின்புறம் புனித கங்கை தவழ்ந்து சென்று கொண்டிருந்தாள். கங்கையின் தூய்மையை நினைத்து வியந்த வண்ணம் கார்த்தி கங்கையில் குளித்தான். நண்பர்கள் இருவரும் கை கோர்த்த வண்ணம் பத்திரமாக அங்கிருந்து கரைப் படிக்கட்டுகளுக்கு வந்தனர்.

முன்பே பயணச் சீட்டில் கூறியுள்ளது போல் டூர் ஆபரேட்டர் அழைத்துச் சென்ற யோகா பயிற்சி மையம், ரிஷிகளின் த்யான மண்டபங்கள், எல்லாம் சென்று பார்த்தனர். எங்கும் புத்துணர்ச்சி தென்பட்டது. கார்த்தி இந்தியாவில் இத்தகைய சுற்றுச்சூழல் எங்கும் திகழும் நல்ல நேரம், எப்பொழுதோ என்று நினைத்தான். பின்பு பழமை வாய்ந்த இரண்டு கோவில்களுக்கு ஒன்றொன்றாக அனைவரும் அழைத்துச் செல்லப்பட்டார்கள். மாலை ஐந்து மணி. பயணிகள் அனைவரும் கங்கைக் கரையோரத்தில் உள்ள படிக்கட்டுகளுக்கு அழைத்துச் செல்லப்பட்டனர். படகில் அக்கறைச் சென்று ஆர்த்தி தரிசனம், மற்றும் ராம் ஜூலா, மற்றும் சில புனித கோவில்கள் இவற்றைப் பார்த்த பின்பு சிவானந்தா ஆசிரமம் வந்தடைந்தனர். அடுத்த நாளும் கங்கையில் குளியல். புத்துணர்வை விவரிக்க எழுத்துக்கள் போதாது. சக்தி பீடங்கள் சிலவற்றிற்கு அழைத்துச் செல்லப்பட்டனர். மலைப் பிரதேசம் என்பதால் வாகனம் வேகமாக செல்லவில்லை.

நடுவில் ஓட்டுநர் ரெஸ்ட் ரூம் அருகில் வாகனத்தை நிருத்தினார். அப்பொழுது அந்த போர்ட்

கார்த்தியின் பார்வைக்குத் தென் பட்டது. மிகப்பெரியப் பலகை அது.

ஆரோக்யா ∴பார்மசுடிக்கல்

உயர் தர மருந்து தயாரிப்பு நிருவனம்

பதிவு நிலையம்

29, த்யாகி ரோட்,

டெஹ்ரடூன் - 35

உத்தராகண்ட்

ஈமெயில் அய்டி----- ஆரொக்யா@பாரத்.கொ.இன்

இந்த போர்டைப் பார்த்த கார்த்திக்கு மனதில் ஏதோ செய்தது. இவர்களுடன் மற்றும் 7 பயணிகள் பஸ்ஸில் பாடியவண்ணம் சென்றனர். அவனுக்கு, பாடல்களில் ஈடுபாடு அப்பொழுது இல்லை. கைடு ஆங்கிலத்தில் பேசியதால், புரிந்து கொள்வதில் அவ்வளவு கடினம் இல்லை. திங்கள் காலை சிற்றுண்டி உண்ட பின்பு ஹரித்வார் செல்லும் பேருந்து பிடித்தனர். 25 கிலோமீட்டர் தொலைவில் இருந்தது ஹரித்வார். அங்கும் கங்கை நதி குளியல், மற்றும் ருத்ராக்ஷ மாலைகள் வயதினருக்காக வாங்கிக்கொண்டு மதியம் 12 மணி பேருந்தில் தயானந்த் ஏறினார். ஆனால் கார்த்தி வீடு செல்லவில்லை. வழி முழுக்க கார்த்திக்கு புனித கங்கை ஞாபகமே. எப்பொழுது கான்பூரில் இம்மாதிரி கங்கை நதி இருக்கும் என நினைத்த வண்ணமே இருந்தான். அப்பொழுது அவனுக்கு ஒரு முறை டெஹ்ரடூன் சென்று அரசாங்கத்தாரிடம் மனு கொடுத்து வர எண்ணம் உருவாயிற்று.

டெஹ்ரடூன் - லக்னௌ

லக்னௌ திரும்பி வந்த களைப்பில் உறங்கி, அடுத்த நாள் தயானந்த் தன் கடமைகளைத் துவங்கினார்.

கார்த்தி மட்டும் டெஹ்ரடூன் செல்லும் பேருந்தில் எறினான். ரிஷிகேஷ் நகரத்திலும் கங்கை நதி மாசு படாமல் இருந்து விட வேண்டும் என்ற கவலை உணர்வுடன்.

தயானந்த் வாட்ஸப் மூலமாக கார்த்தியின் பயணத்தைப் பற்றி தெரிந்து கொண்டார்.

கார்த்தி முக்கியமாக அவன் கண்ட ஆரொக்யா ∴பார்மசியுடிக்கல் போர்ட் பற்றி தெரிந்து கொள்ள அதன் அலுவலகத்திற்குச் சென்றான். இன்னும் ஒரு வருடத்திற்குள் துவங்க இருப்பதாக அவர்கள் கூற கவலையுடன் என்விரொன்மென்ட் அமைச்சரகத்தைப் பார்த்துப் பயணம் செய்தான்.

முக்கிய அதிகாரியை சந்திக்க முடியவில்லை. அவர் வேறு ஏதோ நாட்டிற்க்குச் சென்றிருப்பதாக தகவல் கிடைத்தது.

அதற்கு அடுத்தப் பெரிய பதவியில் இருப்பவரை சந்தித்துப் பேசினான்.

அவர், முக்கிய அதிகாரியை மட்டுமே சந்தித்து கார்த்தி தான் கண்ட குறை பற்றி பேச முடியும் என்றும், தற்சமயம் கூற வந்த விஷயத்தை லெட்டர் மூலமாக கொடுக்குமாறு கூறவே, அவர் தந்த பேப்பரில் பெரிய எச்சரிக்கை கடிதம் ஒன்று எழுதி, தன் கையொப்பம், மற்றும் தன் படிப்பு தகுதி முதலியவைகளை எழுதி ஒரு கவரில் நுழைத்து, கவரை ஒட்டி ஒப்புகை பெற்றப் பின் வெளியெ வந்தான். தன் ஆராய்ச்சியுடன் இதையும் மறக்காமால் இருக்க வேண்டும் என நினைத்த வண்ணம் லக்னௌ செல்லும் பேருந்தில் உட்கார்ந்தான்.

கார்த்தி தயானந்த் வீடு செல்லும் பொது இரவு 12 மணி. நண்பர் காத்திருந்து கதவை திறந்தார்.

அடுத்த நாள், முன்பு தங்கியிருந்த தொழிற்சாலை அருகில் உள்ள ஹோட்டல் சென்று தன் ஆராய்ச்சிப் பணிகளை மீண்டும் துவங்கினான்.

தன் அப்சர்வேஷன் அனைத்தையும் பென்டிரைவில் பதிவு செய்து கொண்டிருந்தான். ரிப்போர்ட் எழுதுவதில் ஆர்வம். இரண்டு வாரங்கள் ஓடி போயிற்று. நேரம் போனதே தெரியவில்லை. திங்கட்கிழமை வந்தது. 7.30 மணியளவில் வீட்டை விட்டவனுக்கு அருகில் இருந்த ஹோட்டலிற்கு சென்று காபி குடிக்க வேண்டும் போல் இருந்தது. அபாரச் சுவை. காபி குடித்துவிட்டு வாஷ் ஏரியா சென்றவன், திரும்பி வந்து பார்த்தால் டேபிளில் வைத்திருந்த லேப்டாப் காணவில்லை. மிக்க அதிர்ச்சியுடன் மேனேஜர் மேஜைக்கு விரைந்தான்.

"க்யா பாத் ஹை"? மேனஜர் வினவ, தன் கஷ்டத்தைக்கூறினான். அவர்தன்வேலையாளர்களிடம்

தேடுமாறு கூற, அவர்கள் மிக விரைவாக தன் கடமையைச் செய்தனர். ஒரு மணி நேரம் ஆகியும், எந்த முன்னேற்றமும் இல்லை. உடனே அருகில் உள்ள போலீஸ் ஸ்டேஷன் செல்வதற்கு டாக்சியை அழைத்தான். சந்தோஷ் நகர் போலீஸ் ஸ்டேஷன் அருகில் இருந்தது. தயான்ந்த் அன்று ஒரு முக்கிய வேலை இருப்பதாகக் கூறி சீக்கிரம் கிளம்பி இருந்தார். அவரை தொந்தரவு செய்ய விரும்பவில்லை.

ஸ்டேஷனுக்கு வந்து இறங்கியதும் அங்கே ஒரே பரபரப்பு. தூரத்தில் ஒரு பெரிய கூட்டம் கூடியிருந்தது. போலீஸ் ஸ்டேஷன் உள்ளே சென்றான். போலீஸ் இன்ஸ்பெக்டர் சீட்டில் இல்லை.

"இன்ஸ்பெக்டர் கஹான் ஜானா?" தெரிந்த ஹிந்தியில் வினவினான். இருந்த கான்ஸ்டபிள்கள் இருவரில் ஒருவர் கூட பதில் சொல்லவில்லை. அதற்கு பதிலாக வாயிலை நோக்கி வேகமாக ஓடினர். தானும் என்ன விஷயம் என பார்க்கலாம் என்று கதவைப் பார்த்து ஓடினான். தூரத்தில் ஒரு மேடையில் மந்திரி மாதிரி ஒருவர் சொற்பொழிவு ஆற்றிக் கொண்டிருந்தார்.

யோசனை செய்தான். அன்று விடுமுறை. மஹரிஷி வால்மீகி பிறந்தநாள். அதற்கு இத்தனை கூட்டம் இருந்தது. ஒருத்தர் இந்தியில் சரளமாக சொற்பொழிவு ஆற்றிக் கொண்டிருந்தது தெரிந்தது. முன்னாள் மந்திரிக்கு சலாம் போட கான்ஸ்டபிள்கள் சென்றிருந்தது தெரிந்தது. திரும்பி ஸ்டேஷனுக்குச் சென்று மூலையில் சீட்டில் அமர்ந்தான். அறையை நோட்டம் விட்டுக் கொண்டிருந்த போது, சீருடை

அணிந்த இரண்டு இளம் வயதினர் உள்ளே நுழைந்தனர். மேஜையை தூய்மை செய்வது போல் இருந்தது. தொலைபேசியை சில நிமிடங்கள் தூய்மை படித்துக் கொண்டிருந்தது தெரிந்தது. அவர்கள் வெளியே சென்றதும், கான்ஸ்டபிள்ஸ் திரும்பி உள்ளே வந்தனர். வேகமாக இன்ஸ்பெக்டர் சங்கர் சிங் வருவதற்கு முன்னே அந்த இருவரும் வெளியே சென்றனர்.

"க்யா பாத் ஹை?" என்று இன்ஸ்பெக்டர் வினவ,

கார்த்தி, "ஐ ஹவ் லாஸ்ட் மை லேப்டாப்" என்றான்.

எங்கு, எப்போது, எந்த மாடல், வண்ணம் என்று 20 கேள்விகள். கேள்விகள் கேட்டு முடிக்கும் சமயத்தில் தயானந்த் அங்கு வந்து சேர்ந்தார், வாட்ஸ்அப் மெஸ்ஸேஜ் பார்த்து விட்டு. கார்த்தி இன்ஸ்பெக்டர் கூறியபடி கம்ப்லைண்ட் எழுதிக் கொடுத்தான். என்ன நடக்கும் பார்க்கலாம் என்ற எண்ணத்துடன் வேகமாக நண்பனுடன் வெளியேறினான். இந்த அளவு ஒழுங்கின்மை அவன் எங்கும் கண்டதில்லை. யார் யாரோ போலீஸ் ஸ்டேஷன் உள்ளே வருவதும் போவதும் "ச்சே, என்ன ஊர் இது?" என்று சலித்துக் கொண்டான்.

தயானந்த் வீட்டிற்குத் திரும்பும் வழியில் ட்ரா:பிக் ஜாம். மந்திரி திரும்பிப் போகிறதாலோ என்னவோ என்று நினைத்த வண்ணம் சென்றான். டென்ஷன் குறைப்பதற்கு ஜாஸ்தி சிகரெட் தேவைப்பட்டது. தன் அப்சர்வேஷன் அனைத்தையும் பென்டிரைவில் காபி செய்திருந்ததால் கொஞ்சம் நிம்மதியாய் இருந்தது.

நிவேதா வாட்ஸப்பில், "கவலைப் படவேண்டாம். இறைவனை பிரார்த்திக்கிறேன். கிடைத்துவிடும்" என்று கூறியிருந்தாள். அந்த சமயத்தில் அவளின் மெசேஜ் தென்றல் வீசுவது போல் இருந்தது.

"கார்த்தி, லேப்டாப் இல்லாமல் என்னதான் செய்வாய்? வொர்க் தடைப்பட்டுப் போகும் இல்லையா?" என்றான் நண்பன்.

"நானும் வேறொன்று வாங்கலாம் என யோசிக்கிறேன்" என்றான்.

அப்பாவுக்கு தெரிந்தால் வசவு வாங்க வேண்டி வரும். பாஸ்புக் என்ட்ரி மூலம் அப்பாவுக்குத் தெரிந்து விடும். அவரிடம் இருந்து தப்ப நண்பனிடம் கடன் வாங்கலாம் என நினைத்தான்.

"ஏதாவது செகண்ட் ஹேண்ட் லேப்டாப் கிடைக்குமா?" கார்த்தி வினவினான்.

"தேவை இல்லை. என்னிடம் ஒரு ஓல்ட் மாடல் இருக்கு. கொஞ்சம் ∴பீச்சர் குறைவு. தற்சமயத்துக்கு உதவும்" என்று நண்பன் கூறி உள் அறையில் இருந்து ஒரு லேப்டாப் கொண்டு வந்தான்.

இரண்டு மணி நேரங்களில் பாஸ்வொர்ட் எல்லாம் செட்டப் பண்ணி பென் டிரைவ் டேட்டாக்கள் எல்லாம் டிரான்ஸ்பர் செய்த உடன் லேப்டாப் ரெடி ஆனது. நிவேதா சொன்ன ஆறுதல் மொழிகள் நினைவுக்கு வந்தன. கார்த்தி, நண்பனுக்கும், தனக்கும் பீட்சா ஆர்டர் செய்து உண்ட பின்பு, நிம்மதியாக உறங்கினான்.

அடுத்த நாள் முதல் பஸ் பிடித்து லாட்ஜுக்குச் செல்லும் பொழுது மணி 8.30. ரும் சர்வீஸ் ஆர்டர் செய்யப்பட்ட சிற்றுண்டியை வேகமாக உண்ட பின்பு தொழிற்சாலைகளை நோக்கிச் செல்ல தீர்மானித்தான்.

பேபி நகர் வேளச்சேரி

மணிவண்ணன் திருமணத்தை, அதாவது, எப்படிப்பட்ட மணப்பெண் வேண்டும், படிப்பு வகையில் என்னென்ன எதிர்பார்ப்புகள் இவற்றைப் பற்றி தெரிந்து கொள்ளத் திருமணத் தரகர் வந்திருந்தார்.

சற்று மெல்லிய குரலில் அவர், "சரவணன் சார்! நீங்கள் கூறுவதை எல்லாம் எழுதிக் கொண்டாயிற்று. ஜாதகம், போட்டோ முதலியன தேவை," என்றார்.

தேவைப்பட்டதைக் கொடுத்து விட்டு, கடைசியில் "உயர்ந்த நிலையில் உள்ள பெண் கிடைத்தால் நல்லது" என்றார் மணியின் தந்தை. தான் இருப்பது என்னவோ சாதாரண நிலை. ஆனால் ஆசைக்கு மட்டும் அளவில்லை. மின்சார கட்டணம், முதல் காய்கறி செலவு முதல் எல்லாவற்றையும் கணக்கெடுத்து, பட்ஜெட்டிற்குள் செலவழிப்பார் சரவணன். மணிக்கு அந்த குணம் சுத்தமாக பிடிக்காது. திருமணத்திற்குப் பிறகு தனியாக வேறு இடத்திற்குச் சென்று விட வேண்டும் என முன்பே முடிவு எடுத்திருந்தான்.

தரகரிடம், "என்னவாக இருந்தாலும், நான் சரி என்று சொன்ன பெண்ணை மட்டுமே மணப்பேன்" என்று கூறி விட்டு உள்ளே சென்று விட்டான். அவனுக்கு எல். ஐ. சி. யில் வேலை.

கான்பூர் ஹவுசிங் போர்டு காலனி

சற்று வித்தியாசமாக, இந்த முறை தொழிலாளர்கள் குடியிருப்பு காலனி செல்ல முடிவு செய்து அதற்கான ஆட்டோ பிடித்தான்.

"கித்னா ரூபையா?" என்று வினவியதற்கு "20 ரூபீஸ்" என்று பதில் வந்தது. ஒரே ஆச்சர்யம். ஆட்டோக்காரன் மனசு மாறுவதற்கு முன் சட்டென்று ஆட்டோவில் ஏறினான். 10 நிமிடங்களில் அங்கு வந்து சேர்ந்தான். அங்கு கண்டக் காட்சிகள் மிக்க அவலமாக இருந்தது. எங்கும் சண்டை, சச்சரவு.

முதலில் இருந்த அடுக்கு மாடி கட்டிடத்தில் நுழைந்தான். கதவைத் தட்டி உள்ளே நுழைந்தான். ஆரோக்கியக் குறைபாடு எங்கும் தென்பட்டது. குடிப்பதற்கு நீர் கேட்டான். நீரின் கலர் இளமஞ்சள் நிறம். தான் இது பற்றி ஆராய்ச்சி செய்ய வந்திருப்பதாகத் தெரிந்த ஹிந்தி மொழியில் பேசினான். முதியவர் ஒருவர் முன்வந்து 8 வருடங்களாக தெளிந்த தண்ணீர் வரவில்லை என்றும், காய்ச்சல் அவதிகள் அதிகமாக வருவதாகவும், சைல்ட் மோர்ட்டாலிட்டி அதிகமாக உள்ளதாகவும் கண்ணில் இருந்து நீர் பொழியக் கூறினார். ஒவ்வொரு அரசாங்கமும் அதைச்

செய்கிறேன், இதைச் செய்கிறேன், என்று கூறிவிட்டு எந்த செயலையும் முழுமையாக செய்து முடிக்காமல் சென்றது பற்றி கூறினார்.

"தனி மனிதனுக்கு உணவு இல்லையேல் இந்த ஜகத்தினை அழித்திடுவோம்" என்று பாரதியார் கூறியது நினைவுக்கு வந்தது. எழுதப்போகும் தீசிஸ் மூலம் ஏதாவது சாதித்தால் நல்லது என்று நினைத்த வண்ணம் வேகமாக வெளி வந்தான்.

இன்னொரு குடும்பத்தினர் தன் சோக கதையை பின்வருமாறு கூறினார்.

தான் ஒரு விவசாய குடும்பத்தைச் சேர்ந்தவன் என்று கூறி, ரோஜா மற்றும் வெவ்வேறு பூக்கள் பூத்துக் குலுங்கும் தோட்டத்தை தன் கையால் வளர்த்து ஏற்றுமதி செய்த காலம் போய், இப்போது ஊரையே காலி செய்ய வேண்டிய நிலைமையில் எல்லாவற்றையும் இழந்த பரிதாப நிலையைக் கூறி கண்ணீர் விட்டார். ஐநூறு வீடுகள் இருக்க கூடிய அந்தக் காலனியில் கடைசியில் இருந்தது பப்ளிக் ஹெல்த் சென்டர். டாக்டர் முதல் நர்ஸ் வரை எல்லோரும் பிரச்சனைகளைக் கூறினார்கள். எல்லாவற்றிலும் உண்மை இருப்பது போல்தான் இருந்தது. கான்பூர் நகரம் பழமை வாய்ந்த மற்றும் நிறைய தொழிற்சாலைகள் உள்ள இடம் என்ற பெயர் பொய்யாகி விட்டது, கண்முன்னே தெரிந்தது. தொழிற் சாலைகள் இருந்தது உண்மை, ஆனால் இவ்வளவு கேவலமான நிலையைச் சற்றும் எதிர்பார்க்கவில்லை.

மாலை நேரம் வந்துவிட்டது. ஆட்டோ பிடித்து ஹோட்டல் ரூம் செல்வதற்கு 7 மணி ஆகி விட்டது.

மிக்க ட்ரா∴பிக் ஜாம். மொபைல் போனில் தயானந்திடம் தன் அனுபவங்களைக் கூறி முடித்தான். அதற்குப் பிறகு ரூமுக்குச் சென்று இளைப்பாறினான். தான் பார்த்த சோக காட்சிகள் கண்முன் வந்து வந்து போயின. இரவு உணவு உண்ண மனம் இடம் கொடுக்கவில்லை. இந்தியாவிற்கும் இங்கிலாந்திற்கும் அன்று நடந்த ஒரு நாள் கிரிக்கெட் ஆட்டம் தொலைக்காட்சியில் வந்து கொண்டிருந்தது. எப்பொழுதும் ஆசையுடன் பார்ப்பான். இன்று ஆசை இல்லை. நிறைய நேரம் புரண்டு படுத்த பின் உறக்கம் வந்தது. கனவு ஒன்று வந்தது. அவன் சென்று வந்த தொழிலாளர் காலனி அவன் கனவில் மிகவும் மாறுபட்ட ஒன்றாக தெரிந்தது. வாசலில் ஒரு நீரூற்று. உள்ளே சுத்தமாக பராமரிக்கப் பட்ட அடுக்கு மாடி கட்டிடங்கள். சுமார் அழகாக புல் மற்றும் செடிகள். இன்று கண்ட அவல காட்சிகள் கொஞ்சமும் இல்லை. தனக்கு நல்ல வரவேற்பு. முதியோர் முதல் இளம் வயதினர் வரிசையில் நின்று பூ மாலை அணிவித்தனர். சால்வைகள் போர்த்தப்பட்டது. ஆஹா! என்ன அற்புதம்? தன் கனவு நனவாகும் நாள் கூடிய சீக்கிரம் வந்துவிடும் என்று நினைத்த வண்ணம் எழுந்தான்.

சரி, இதற்கு ஒரு நிரந்தர முடிவு தேவை என்று எண்ணினான். முன்பு என்னவோ தீசிஸ் சப்மிட் செய்வதற்கு லக்னௌ நகரம் வந்தவன், இன்று மேலும் உயர்ந்த நோக்கங்கள் மேற்கொண்டான். இதைப்போலவே 20 டான்னரீ கம்பனிகளை ஆராய்ச்சி செய்து தன் குறிப்புகளை எழுதிக் கொண்டான். 10 கம்பெனிகள் சென்று பார்த்துவிட்டு முக்கிய குறிப்புகள் எழுதிக்கொண்டான். 5 நாட்கள் காலேஜ் அட்டென்ட்

செய்தான். இந்த பிரிவில் தற்சமய விஷயங்களைத் தெரிந்து கொள்ள. பேராசிரியர் மது பேனர்ஜி அவனிடம் சற்று அதிக கவனம் செலுத்தினார். காரணம் மற்றவர்கள் போலில்லாமல் கார்த்தி சற்று அதிக ஆர்வம் செலுத்தினான் தன் ஆராய்ச்சியில். அவன் வருவதற்கு முன்னமெ உத்தர பிரதேச மாநிலத்தில் புதிய அமைச்சரைவ பதவி ஏற்றிருந்தது. தேர்தல் வாக்குறிதியை நிறைவேற்ற முயற்சி செய்தனர். சுற்று சூழலில் மாசு ஏற்படுவது குறித்து முக்கிய கூட்டம் கூட்டினர். வெவ்வெறு இலக்காக்களில் உள்ள தலைவர்கள் மட்டும் இல்லாமல் மிகப் பெரிய கல்வி நிறுவனங்களின் பேராசிரியர்களையும் அழைத்திருந்தனர். சயின்டிஃபிக் விதத்திலும் இந்த ப்ரச்சினைகளை தீர்ப்பதற்கு முயற்சி செய்தனர்.

எனவெ கார்த்தியின் ஆராய்ச்சியில் கிடைத்த தகவல்கள் இவற்றை கேட்டுத் தெரிந்துக் கொண்டு அரசாங்கத்திற்கு அவற்றைத் தெரிவித்தார்.

ஜனதா லைப்ரரி

தனக்குத் தேவை பட்ட 3 புத்தகங்கள் அங்கு இருந்தன.

1. பேட் ∴புல் ஹார்வெஸ்ட் -- எழுதியவர் ட ∴ப் வில்சன்

2. ∴ப்ரீ மார்கெட் என்விரோன் மென்டலிஸம் - எழுதியவர் --டி எல் அண்டர்சன்

3. மேன் அண்ட் நேச்சர் -----என்விரோன்மெண்டல் டிக்ரடேஷன்

மூன்று புத்தகங்களைத் தேடி பிடித்து ஒரு புக் மார்க் வைத்தான். நண்பன் அந்த நூலகத்தில் ஒரு உறுப்பினர். அவரது கார்டில் இந்த மூன்று புத்தகங்களை எடுத்தான். வீட்டில் அமர்ந்து படித்து லாப்டாபில் ஒர்டில் சில பாரமீட்டர் பதிவு செய்து கொண்டான். ஒரு வாரம் இவ்வண்ணம் கழிந்தது. அடுத்த வாரம் முதலில் சென்ற ஏழு கம்பெனிகளுக்கு திரும்பி சென்று பாராமீட்டர் கடைப்பிடிக்கிறார்களா என்று பார்க்கலாம் என்று நினைத்த வண்ணம் நூலகத்துக்குப் புத்தகங்கள் திரும்பித் தரச் சென்றான். ஆனால் அந்த காலி இடத்தில் கண்ட எழுத்துக்கள் சற்று அதிர்ச்சியைத் தந்தது. ஒரு கத்தியின் படமும் அபாயம் என்ற குறியும் இருந்தது. நூலகரிடம் இதைக் காட்டினான். அவருக்கு அது பற்றி ஒன்றும்

தெரியவில்லை. வேறு புத்தகங்கள் தேட முயற்சித்தப் போது அந்த செல்போன் என் கண்ணில் தென்பட்டது. அவன் தேடிய புத்தகங்களில் அருகில் எல்லாம் ஒரு பேப்பரில் அந்த நம்பர் எழுதி வைக்கப்பட்டிருந்தது.

போன் கேமராவில் பதிவு செய்து கொண்டான். இன்னும் இரண்டு புத்தகங்களை எடுத்துக்கொண்டு வெளியே வந்தான். இந்த முறை பேப்பர் ப்ரெசென்ட் செய்வதைப் பற்றி நன்கு பயின்ற பின் தன் ரிப்போர்ட் எழுதி முடித்து விடலாம் என்று முடிவு செய்தான். தன் பழைய லேப்டாப் என்ன ஆயிற்றோ என தெரிந்து கொள்ள அந்த போலீஸ் ஸ்டேஷன் செல்ல முடிவு செய்தான். அரை மணி நேரம் ஆயிற்று. அங்கு சென்றால் பழைய இன்ஸ்பெக்டரைக் காணவில்லை.

"குட் மார்னிங்!"

"வெரி குட் மார்னிங்!"

"மை நேம் இஸ் கார்த்திகேயன்."

"ஹல்லோ! ஐ அம் ரவி குப்தா. வாட் கேன் ஐ டு ∴பார் யூ?" என்றார் ரவி.

இன்ஸ்பெக்டர் ரவி புதிதாக சார்ஜ் எடுத்திருந்தார். கார்த்தி தன் கம்ப்ளைன்ட் நம்பர் கூறியதும், டீடைல்ஸ் எல்லாம் கூறினார். டேட் ஆப் கம்ப்ளைன்ட் பார்த்த குப்தா சார்க்கு ஒரு யோசனை தோன்றியது. ஏன் என்றால் கார்த்தி கம்ப்ளைன்ட் கொடுத்த தினத்திற்கு பிறகு இரண்டு நாட்களில் ட்ரான்ஸ்பெர் ஆர்டர் வந்து விட்டது, பழைய இன்ஸ்பெக்டருக்கு.

காரணம், அடுத்த நாள் நடக்க இருந்த ஒரு சிவில் கோர்ட் கேசில் ஒரு முக்கிய சாட்சி, கொலை செய்யப்பட்ட தினம், கார்த்தி கம்ப்ளைன்ட் கொடுத்த அதே தினம். முக்கிய சாட்சியின் இருக்கும் இடம், செல்போன் எண், முதலியவற்றை தெரிந்து கொண்டு வர முந்தைய இன்ஸ்பெக்டர் சிங் வெளியே சென்றிருந்தார். அதைத் தெரிந்து கொண்டு வந்து போனில் கூற அதை வைத்துக் கொண்டு சாட்சியைத் தேட துப்பரிவாளர்கள் சென்றிருந்தனர். அதற்குள் போன் டேப்பிங் கருவி மூலம் நம்பர் தெரிந்து கொண்டு சாட்சியிடம் முகவரியைக் கேட்டு கொண்டு கிரிமினல் குற்றவாளிகள் அந்த முக்கிய சாட்சி மனிதரை கொலை செய்து விட்டனர். இதற்குப் பழியாக இன்ஸ்பெக்டர் சிங் மாற்றலாகி விட்டார். கேஸ் முடிக்கப்படாமல் இருந்தது. கார்த்தி முன்பு வந்திருந்த நேரம் அன்றைய இன்ஸ்பெக்டர் போன் எண் விவரம் கொடுத்த நேரமும் சற்று சமமாக இருந்தது.

லேப்டாப் இன்னும் கண்டுபிடிக்கப்படவில்லை.

ஹோட்டலில் சிற்றுண்டி உண்டு விட்டு வீடு நோக்கி செல்கையில் குப்தாவின் இடம் இருந்து போன் வந்தது.

"சார் எங்கே இருக்கிறீர்கள்?"

"யார் பேசுவது?"

"இன்ஸ்பெக்டர் குப்தா"

"கம்ப்யூட்டர் மில்தா ஹெய்?"

"நஹி"

"எனக்கு உங்களை சந்திக்க வேண்டும். தற்சமயம் எங்கு இருக்கிறீர்கள்?"

எதிரே பார்த்தால் ஸ்டேடியம் ரோடு என்ற பலகை தெரிந்தது. அதைக் கூறிய பின் அங்கேயே. இருக்குமாறு கூறிவிட்டு, விரைவாக பைக்கில் வந்தடைந்தார். ஏனோ எல்லாம் புதிராக உள்ளது என்று நினைக்கும் பொழுது குப்தா வந்தடைந்தார்.

ஒரு அடுக்கு மாடி கட்டிடத்தில் ஆறாம் மாடியில் இருந்தது அந்த வீடு. கதவை திறந்துகொண்டு உள்ளே சென்றனர். கார்த்தி அமர்ந்தது முதல் சிங் திரும்பி வந்த சமயம் வரை அங்கு அவன் கண்டவற்றை எல்லாம் கேட்டார். ஒன்று விடாமல் கூறினான், தன்னுடைய கணினி வேகமாக கிடைத்துவிடும் என்ற நம்பிக்கையில். அப்பொழுது அந்த இன்ஸ்பெக்டர் மேஜையை சுத்தம் செய்ய வந்தவர்களையும் அவர்கள் எப்படி இருந்தனர் என்பதையும் பற்றி மேலும் மேலும் கேட்டார். ஏனென்றால், அவர்கள் சுத்தம் செய்வதாக கூறி விட்டு போன் டேப்பிங் டிவைஸ் ஒன்றை வைத்து விட்டுப் போய் விட்டனர். ஆனால் குப்தா சார்ஜ் எடுத்தவுடன் சில மாறுதல்கள் செய்து அச்சமயம் இந்த முக்கியமான விஷயத்தை கண்டுபிடித்தார். அந்த டிவைஸ் வைத்தவரைப் பிடித்தால் அதன் மூலம் கொலையாளி கிடைப்பார். குப்தா அங்கு இருந்த பழைய கான்ஸ்டபிள்களையும் வேறு இடத்திற்கு மாற்றி விட்டு தனக்கு வேண்டிய எஃப்பிசியன்ட் டீமை தன் ஸ்டேஷன் அலுவலகத்தில் தக்க வைத்துக் கொண்டார்.

அப்பொழுது கார்த்திக்கு அந்த புத்தகங்களில் எழுதி வைக்கப்பட்ட எண்கள் நினைவுக்கு வந்தன. குப்தாவிடம் காட்டினான். அவரும் பதிவு செய்துகொண்டார்.

"மிஸ்டர் கார்த்திகேயன்"

"யெஸ்"

"நாங்கள் சால்வு செய்ய வேண்டிய கேஸ்களுக்கு உங்கள் உதவி தேவை."

"சற்று கவலையை உண்டாக்குகிறீர்கள்" என்றான்.

"கார்த்தி நீங்கள் நாட்டுக்கு நல்லது செய்ய விரும்புகிறீர்கள் தானே?"

"ஆம்" என்று தலையசைத்தான்.

"சரி தேவையானால் பின்பு பார்க்கலாம்" என்று கூறி விட்டு வீட்டைப் பூட்டிவிட்டு தயான்ந்த் வீடு வரைக்கும் சென்று கார்த்தியை விட்டு விட்டுச் சென்றார் குப்தா.

தயான்ந்த் இன்னும் பல்கலை கழகத்தில் இருந்து திரும்பி வந்திருக்க வில்லை. தான் வந்தது எதற்கோ, ஆனால் இங்கு நடப்பது வேறு ஏதோ. ஒரு சமயம் திரும்பிச் சென்று விடலாம் என்று தோன்றியது. "சிறிய மீனை போட்டு தான் பெரிய மீனைப் பிடிக்கணும்." சரி சற்று பொருத்திருந்து பார்ப்போம் என்று முடிவு செய்து விட்டு புத்தகத்தைப் புரட்டினான். திடிரென்று நிவேதா நினைவுக்கு வந்தாள். காலேஜில் அவளிடமிருந்து கொஞ்சம் மாரல் சப்போர்ட் பெற்றிருந்தான். அவளுக்கு ஈ மெயில் செய்து விஷயத்தைக் கூறி அறிவுரை பெறலாம் என நினைத்தான். தன் சிந்தனை களையெல்லாம் கொட்டினான். பின்பு தொலைக்காட்சி

பெட்டியை ஸ்விட்ச் ஆன் செய்தான். சோ∴பாவில் சரிந்த வண்ணமே தூங்கி விட்டான்.

நண்பன் வந்தது ஒன்றுமே தெரியாது. தட்டில் ஹோட்டலில் இருந்து ஹோம் டெலிவரி ஆகியிருந்த உணவு பொட்டலம் வைக்கபட்டது. பின்பு தயான்ந்த் வாய் விட்டு உரைத்துக் கூப்பிட்டப் பின் எழுந்து உண்டான். பிறகு திரும்பி உறக்கம். நிவேதாவிற்கு ஈ மெயில் அனுப்பித்தது மன நிம்மதியை கொடுத்திருந்தது. மறு நாள் காலை அவளிடமிருந்து பதில் வந்திருந்தது. அவள் வீட்டில், ஒரு பணக்கார பிசினஸ் புள்ளி ஒருவரை படித்து முடித்த பின் திருமணம் செய்து கொள்ள வற்புறுத்துவதாக வருத்தத்துடன் கூறியிருந்தாள். திருமணம் ஒரு மார்க்கெட் ஆகி விட்டது என்று நினைத்து வருத்தப்பட்டான். அவள் ஜஸ்ட் இன்னொரு காலேஜ் மாணவி. தனக்கு ஏற்பட்ட கஷ்டங்களிடமிருந்து விடுதலைபெற, அவள் எழுதுவதைக் கண்டு சந்தோஷப்பட்டான். அவளுக்கு அவனுடைய பர்பஸ்∴புல் அப்ரோச் டு ஸ்டடிஸ் பிடித்து இருந்தது. இவனுக்கும் அவளுடைய எகனாமிக்ஸ் பாட அறிவு ஆச்சரியத்தைத் தந்தது.

ரவி குப்தா, கார்த்தி கொடுத்த செல்போன் நம்பர் வைத்துக்கொண்டு தன் மிக உயர்ந்த அதிகாரியைச் சந்தித்தார். அவர் முயற்சி செய்ததால் மொபைல் நம்பர் யாருடையது பற்றிய விவரங்கள் ரவி அவர்களுக்கு கிடைத்தது. ரவி மிகவும் திறமைசாலி. வேகமாக தன் டிபார்ட்மென்டில் பொலிஸ் இன்ஸ்பெக்டர் பதவிக்கு தேர்ந்தெடுக்கபட்டவர். அந்த செல்போன் "த மார்டர்ன் சலூன்" என்பதன் உரிமையாளர் அர்பாஸ்

என்பவருடையது. அதன் முகவரியும் அவரிடமிருந்தது. அடுத்த நாள் காலை டியுட்டி துவங்குவதற்கு முன் சென்று போய் பார்த்து வந்து விடலாம் என்று அங்குச் சென்றார்.

காலை வேளையில் போலீசை பார்த்ததும் உரிமையாளருக்கு ஒரே பயம். ஏனென்றால் புதிய அமைச்சரவை வந்த பிறகு போலீஸ் இலாகா மிக நன்றாகச் செயல்பட தொடங்கி இருந்தது. அபாய செயல்கள் குறைந்து கொண்டு இருந்ததாக அர்பாஸ் கருதினார்.

"வாங்க சார். தாங்கள் இங்கு?"

"நான் ரவி குப்தா இன்ஸ்பெக்டர்"

பார்பர் ஷாப் நோட்டமிட்டார். சற்று பெரியது. வெளியில் போர்ட் தொங்கவிட்டு இருந்தார்கள். அதில் டைமிங் காலை 7.30 முதல் மதியம் 1 வரை, மாலை 5 முதல் 9.30 வரை என்று பதிவாகி இருந்தது.

"இந்த பார்பர் கடை தொடங்கி எத்தனை வருடங்கள் ஆயிற்று?" என்று வினவினார் ரவி.

"சுமார் 10 வருடங்கள்" என்றார்.

"இதெல்லாம் எதற்காக கேட்கிறீர்கள்?"

"இல்லை ஒரு மனிதர் இங்கு தவறாமல் சவரம் செய்ய வருவதாக கூறுகிறார்கள். அவர் பற்றித் தெரிந்து கொள்ளத்தான்"

"என்னை எதிலும் மாட்டி விட்டுவிடாதீர்கள். தயவு செய்து" என்றார் உரிமையாளர்.

"கவலை வேண்டாம். நீங்கள் எந்த தவறும் செய்யவில்லை தானே சட்டத்துக்கு விரோதமாக?"

"சற்றும் இல்லை"

"சாப், நான் தேடுவது அந்த மனிதரை"

"உங்கள் சலூனில் வேலை செய்பவர்களின் ஆதார் கார்டு இருக்கிறதா?"

"இதோ இங்கே" என்றார் அர்பாஸ். மொத்தம் நான்கு பேர் வேலை செய்து கொண்டிருக்கும் சலூன் அது.

"அவற்றின் நகல் கிடைக்குமா?"

அர்பாஸ் மேஜையை திறந்து வெளியில் எடுத்தார். அதில் அவர்கள் வீட்டு அட்ரஸ் இருந்தது. அவற்றைத் தன் சட்டை பாக்கெட்டில் போட்டுக்கொண்டு விடைபெற்றார் ரவி.

போலீஸ் ஸ்டேஷன் சென்றவர் கார்த்தியைக் கூப்பிட்டார். பின்னர் வாட்ஸ்அப் இருப்பதை பார்த்து மேஸ்ஸேஜ் அடித்தார். தக்க சமயத்தில் தன்னை கூப்பிடுவது. தயானந்த் இடம் இந்த விஷயங்கள் எல்லாம் கூருவதற்கு முன் ரவி சார் இடம் கேட்டு விட்டு விடலாம் என்று நினைத்தான். புத்தகங்களில் புத்தி செல்லவில்லை.

பேபி நகர் வேளச்சேரி

அன்று கார்த்தி வீடு களை கட்டியிருந்தது. மணிக்காக ஒரு பெண் தீர்மானித்திருந்தார்கள். அவள் பெயர் தேவிப்ரியா.

"மணி தயாராகி விட்டாயா?" அப்பா வினவினார்.

"என்னங்க இப்படி டென்ஷன் படுத்துகிறீர்கள்?" தாய் கூறினார்.

"சாயங்காலம் அல்லவா பெண் பார்க்கச் செல்ல வேண்டும்?"

"அப்பாவுக்கு பிறரை ஏதாவது வேலை வாங்க வேண்டும்"

"எவ்வளவு நாட்கள் இப்படி கன்ட்ரொல் செய்வீர்கள்?" தாய் குறை கூறினார்.

"சரி கார்த்தியிடம் இருந்து மெஸ்ஸேஜ் வந்ததா?"

"ஆம், எல்லாவதற்கும் நான்தான் பதில் சொல்ல வேண்டுமா? அவன் நம்பருக்கு வாட்ஸப் பண்ணிக் கேளுங்கள்" என்றாள் தாய்.

மணியின் கஸின் ப்ரேமா, அவள் கணவர். மொத்தம் நான்கு பேர். மணிக்கு தன் தந்தை ஏதாவது வரதக்ஷணை கேட்டு விடக்கூடாது என்ற பயம்

இருந்தது. நான்கு மணிக்கு புறப்பட்டவர்கள் திரும்பி வருவதற்கு இரவு 8.00 ஆகி விட்டது. இருவருக்கும் ஒருத்தரை ஒருத்தர் பிடித்திருந்தது. மணி தந்தையின் கன்ட்ரோலில் இருந்து விடுபட்டால் போதும் என்று இருந்தான். தேவியும் அவள் குடும்பத்தினரையும் பற்றி நிறைய நேரம் பேசிக் கொண்டிருந்தாள். நேரம் போனதே தெரியவில்லை. ஒரு வாரத்தில் தரகர் திருமணத்திற்கு நல்ல நாள் கூருவார். பின் கார்த்தியிடம் தெரிவிக்கலாம் என்று இருந்தனர்.

லக்னௌ

கார்த்தி தன் ரெக்கார்டிங் மற்றும் தான் கொண்டு வந்திருந்த நூலக புத்தகங்களின் உதவியுடன் இரவும் பகலுமாக உட்கார்ந்து எழுதி தன் தீசிஸ் சப்மிஷன் செய்வதில் ஒரு படி முன்னேறி இருந்தான். எழுத எழுத புதுப்புது யோசனைகள் வந்த வண்ணம் இருந்தன. ஒரு முறை தயானந்த் உடன் பல்கலைக்கழகம் சென்று வந்தான். அவன் தீஸிஸ் ஒரு நல்ல வடிவம் பெற்று வந்தது.

ரவி குப்தாவுக்கு அந்த செல்போன் நம்பர் மேல் ஒரு கண் இருந்தது. ஏற்கனவே கார்த்தி லக்னௌ வந்ததன் காரணத்தைக் கேட்டுத் தெரிந்து கொண்டிருந்தால், அவனை அந்த சலூன் சம்பந்தப்பட்டவர் யாரோ, சலூன் பக்கம் வந்தால் அபாயம் எனச் சொல்வது போல் இருந்தது. அவன் அந்த தொழிற்சாலைகளையும் அவற்றினால் சுற்றுப்புற சூழல்கள் மாசு இவற்றைப் பற்றி நேராக சென்று பார்க்க போன சமயமே அவனுக்கு ஒரு ரிஸ்க் ஏற்பட்டதாக ரவி கருதினார். அதற்கென்று ஒரு மா:பியா...அவர்களின் சதி வேலை இது என்று நினைத்தார்.

அவனுடன் தானும் ம:ப்டியில் சென்று சவரம் செய்து கொள்வதற்குச் செல்ல முடிவு செய்தார்.

அவன் லெதர் கம்பெனிகளுக்கு சென்று இன்ஸ்பெக்ட் செய்தது யாருக்கோ அவன் மேல் வெறுப்பை உண்டு பண்ணியிருக்க வேண்டும். அதனால்தான் அந்த டேஞ்சர் சின்னம் நூலக புத்தகங்கள் இருக்கும் இடத்தில் வைத்திருக்க வேண்டும் என்று நினைத்தார். இன்னொரு முறை சலூன் இருக்கும் இடத்தை நோட்டம் விட நினைத்தார். அங்கு ஒரு நாள் சென்றார். நோட்டம் விட்ட பொழுதில் ஒரு சமயம் இரு இளைஞர்கள் வெளியே வருவது தூரத்தில் இருந்து தெரிந்தது. அவர்களைப் பார்த்தால் கஸ்டமர்களைப் போல் தெரியவில்லை.

அக்கம் பக்கத்தில் விசாரித்ததில் அந்த சலூனில் வேலை பார்ப்பவர்கள் என்றனர். அவர்கள் இருவரும் பார்ப்பதற்கு முன் ஒரு க்ளிக் செய்தார். வேகமாக எதிர் பக்கத்தில் நின்றபடி ஒரு சின்ன கெஸ். ஒருவேளை அவர்கள் தான் அந்த அபாயம் என்ற படம் வைத்து நம்பர் எழுதியவர்களாக இருந்தால்? யோசனை செய்தபடி போலீஸ் ஸ்டேஷனுக்கு வந்தடைந்தார்.

இதனிடையில் இந்தியன் ஸ்கூல் ஆஃப் எகனாமிக்ஸ் இருந்து ஒரு கடிதம் வந்தது கார்த்திக்கு. இன்னும் ஒரு மாதம் மட்டும் டைம் தரப்படும் என்று. கார்த்திக்கு அந்த கடிதம் ஒரு விதத்தில் கவலையைக் கொடுத்தாலும், இன்னொரு விதத்தில் ஆறுதலைத் தந்தது. வேகமாக தன் சொந்த ஊர் சென்று விடலாம் என சந்தோஷப்பட்டான். நடுவில் இன்ஸ்டிடியூட் சென்று அங்குள்ள ப்ரொபசர் மதுவிடம் சில சந்தேகங்களை கிளியர் செய்ய வேண்டும் என நினைத்தான். அந்த சமயம் இன்ஸ்பெக்டரிடம் இருந்து கார்த்திக்கு ஒரு

வாட்ஸ்அப் மெசேஜ் வந்தது. நாளை ஒரு நாள் காலை 8 மணிக்கு தன்னுடன் வெளியே வர வேண்டும் என்று. தன் கம்ப்யூட்டர் ஒரு விதமாக கிடைத்தால் போதும் என்று நினைத்து "ஓகே" என்றான்.

மறு நாள் காலை 8 மணி அளவில் ரவி குப்தா இன்னும் 10 நிமிடத்தில் அங்கு வருகிறேன் என்று கூறினார் ∴போனில். தயான்ந்த் தயாராகிக் கொண்டிருந்தான். தன் கம்ப்யூட்டர் வேகமாக கிடைத்து விடும் போலிருக்கிறது என்று கூறி அதற்காகத்தான் போலீஸ் ஸ்டேஷன் அழைக்கிறார்கள் என்றான். "சரி, பத்திரம்" என்று அறிவுரைக் கூறினார் நண்பர்.

மாடர்ன் சலூன்

புறப்படுவதற்கு முன் அன்று தான் எடுத்த க்ளிக்கில் இருப்பவரை கார்த்தியிடம் காட்டி "இவர்களை நீங்கள் சென்ற 25 கம்பனிகளில் எதிலாவது பார்த்தீர்களா? ஏதாவது அடையாளம் தெரிகிறதா?" என்று குப்தா வினவினார். முதலில் அவனுக்கு நினைவுக்கு வரவில்லை. சில நேரம் யோசனை செய்தான்.

"ஆம் இவர்கள் மாதிரி இருந்தனர். அன்று போலீஸ் ஸ்டேஷனை சுத்தம் செய்ய வந்தவர்கள்"

"அவர்கள் தற்சமயம் வேலை செய்வது ஒரு சலூனில். அதன் முதலாளியின் செல்போன் நம்பர் அன்று நீங்கள் காட்டிய நம்பர்" என்றார் குப்தா.

அந்த அபாய சின்னம் கார்த்தியை சலூனுக்கு வரச் சொல்லி அங்கு ஒரு கை பார்க்கலாம் என்று நினைத்துக் கூப்பிட்டது போலிருந்தது குப்தா யோசனை செய்த பொழுது.

"சரி இப்பொழுது சலூனுக்கு செல்லலாம்" என்றார். அன்று அவர் யூனிபார்ம் அணிந்திருந்து வரவில்லை. ம:ஃப்டியில் வந்திருந்தார்.

"நேரில் பார்த்து அடையாளம் கூறுங்கள்" என்றார். சலூனில் கூட்டம் இருந்தது. சற்று வெளியே

காத்திருந்த பின்னர் அவர்கள் முறை வந்தது. அடுத்து அடுத்து உட்கார்ந்தனர். கார்த்திக்கு சவரம் செய்தவன் அவனை முறைத்த வண்ணம் சற்று கடுமையாக செய்தான்.

"சுரக்ஷித் பாய்" என்றான் கார்த்திக் தன் ஹிந்தியில்..

"அரே மதராஸி, ஜ்யாதா பாத் மத் கரோ" என்று குத்தும் வண்ணம் ஷேவ் செய்தான். அதை கவனித்த இன்ஸ்பெக்டர், வேகமாக எழுந்து அவன் காலரை பிடித்து இழுத்தார். கார்த்தியை இன்னொரு தொழிலாளி அடித்தான். கார்த்திக்கு இரண்டு கைகளிலும் பெரிய அடி விழுந்தது. சற்று அதிர்ச்சி அடைந்து கீழே உட்கார்ந்து விட்டான். அர்பாஸ் ஓடி வந்து வினவ, அதற்கு இருவரும் பதில் கூறவில்லை. கார்த்திகேயனுடன் வேகமாக வெளியேறி சலூன் வெளிப்பக்கத்தில் இருந்து தாழ்பாள் இட்டு மூடினார் ரவி குப்தா.

அவர் போன் செய்து 2 நிமிடங்களில் போலீஸ் ஜீப் வந்து, இரு தொழிலாளிகளும் கைது செய்யப்பட்டு சந்தோஷ் நகர் போலீஸ் ஸ்டேஷனுக்கு கொண்டு செல்லப் பட்டார்கள். ஒருவன் ஸகீர், இன்னொருவன் கிஷோர். போலீஸ் ஸ்டேஷனுக்கு கொண்டு செல்லப்பட்டு லாக் அப்பில் போடப்பட்டார்கள். கார்த்தியை பக்கத்தில் இருந்த கிளினிக்கில் சேர்த்து ட்ரீட்மென்ட் பெறச் செய்தார்கள். ஒரு வித பயம் உண்டானது. உயிருக்கு ஆபத்து இருப்பதை நினைத்தான். ரவி அவனுக்கு பாதுகாப்பு கொடுக்க ஆர்டர் டைப் செய்து யு. பி. மாநில உள்துறை மினிஸ்ட்ரீக்கு ஒப்புதலுக்கு ∴பாக்ஸ் செய்தார்.

"இன்ஸ்பெக்டர், என்னுடைய தீசிஸ் கம்ப்ளீட் பண்ண வேண்டும். அதற்கு நான் டாக்ஸிகாலஜி இன்ஸ்டிடியூட்டுக்கு ஒரு முறை செல்ல வேண்டும். எப்படிச் செல்வது?" கேட்டான் கார்த்தி.

"கவலை வேண்டாம். உங்களுக்காக ஒரு பாடிகார்டு ஏற்பாடு செய்திருக்கிறோம். கேஸ் சால்வ் ஆகி விட்ட பின் நீங்கள் ∴ப்ரீ" என்றார்.

தயான்ந்த் இவற்றை எல்லாம் கார்த்தியின் வாட்ஸ்அப் மெஸ்ஸேஜ் மூலம் தெரிந்து கொண்டு வீட்டுக்கு விரைந்தார். கார்த்தி மிகவும் சோர்ந்து காணப்பட்டான். நடந்த எல்லாவற்றையும் கூறி முடித்தான். பின்பு உணவு ஒன்றும் உள்ளே செல்லவில்லை. தயானந்திற்கு கார்த்தியின் நிலை மிக்க வருத்தைக் குடுத்தது.

சந்தோஷ் நகர் போலீஸ் ஸ்டேஷன்

மூன்று இன்ஸ்பெக்டர்கள் வந்திருந்தனர். அவர்கள் முன்னிலையில் விசாரணை நடத்தப்பட்டது.

"விடுமுறை தினத்தன்று வினோத் நீங்கள் எங்கே இருந்தீர்கள் காலை 10 மணிக்கு?" குப்தா வினவினார்.

"பார்பர் ஷாப்பில் தான்" என்றான் கிஷோர்.

"உங்கள் முதலாளி அவ்வாறு கூற வில்லையே? நீங்கள் அன்று விடுமுறை எடுத்துக் கொண்ட மாதிரி தான் கூறுகிறார்."

"இல்லை. அவர் கூறுவது தவறு."

"அப்படி இல்லை. கேட்கலாம் அவர் இங்கு வந்துள்ளார்," என்றார் ரவி குப்தா.

அரை மணி நேரத்தில் அர்பாஸ் அவ்விடம் அழைத்து வரப்பட்டார்.

"சீ.சீ இவ்வளவு கேவலமான ஆளா?" என்று பார்த்து முரைத்தார் அர்பாஸ்.

"மிஸ்டர் அர்பாஸ்! இந்த வருடம் வால்மீகி பிறந்த தினத்தன்று உங்கள் சலூனில் யார் வேலை செய்தார்கள்" என்று கேட்டார்.

அன்று அவர்கள் இருவரும் விடுமுறை எடுத்துக் கொண்டதாகவும் அன்று அவர்கள் சலூன் வேலை எதுவும் செய்யவில்லை என்றும் கூறினார். அவர்களின் நம்பர்களுக்கு போன் செய்ததில் சப்ஸ்க்ரைபர் பிசி என்றும் வந்தது என்றார் அர்பாஸ். அன்று அவர்களின் மொபைல் போன் கால் ரெகார்ட் பார்த்ததில், அவர்கள் அன்று சலூன் பக்கம் செல்லவில்லை என்றும் தெரிந்தது. இருவரையும் தீர விசாரித்ததில் அவர்கள் செய்யும் சிறு சிறு கெட்ட செயல்களும் ஒரு பெரிய விரோத செயல்களுக்கு உடந்தையாக இருப்பது தெரிந்தது.

"அப்படி ஆனால் சாயங்காலம் டிப்ளமோ படிக்கச் செல்வது எல்லாம் சுத்தப் பொய். அவர்கள் காட்டிய அட்மிஷன் கார்டு எல்லாம் போலி போல் இருக்கிறது" என்றார் அர்பாஸ்.

ரவி குப்தாவின் சுறுசுறுப்பான நடவடிக்கைகளால், அவர்கள் இருவரும் மேற்கொண்ட செல்போன் பேச்சு வார்த்தைகள் எல்லாம் ஏர்டெல் கம்பெனி கொடுத்த டேப் மூலம் போலீஸ் டிபார்ட்மெண்டுக்கு கிடைத்தது.

இந்த தீய செயல்களில் அவர்களை ஈடுபட வைத்து அந்த முக்கிய சாட்சியைக் கொலை செய்தவன் பெயர் பீட்டர். அவனுக்கு ஒரு தலைவன். அவன் பெயர் பாபா டெ. இந்த கேசில் முன்பாகவே வேலை செய்திருந்த போலிஸ் ஆஃபீசர்ஸ் எல்லோரும் ஒன்றாக ஈடுபட்டு வேலை செய்த காரணத்தால் முழு கூட்டத்தையும் பிடிக்க முடிந்தது.

கார்த்தி வீட்டை விட்டு வெளியே செல்லாமல் தன் தீசிஸ் எழுதி முடித்தான். கார்த்தி திரும்பி செல்வதற்கு

விமான டிக்கெட் புக் ஆகி இருந்தது. லக்னௌ போலீஸ் அதிகாரிகள் அறிவுரையின் பேரில், ரவி தன் சொந்த பணத்தை போட்டு பிளைட் டிக்கெட் வாங்க ஏற்பாடு செய்திருந்தார். அன்று காலை ப்ரொ∴பசர் மதுவை சந்திக்க அப்பாயின்ட்மென்ட் கிடைத்தது. அன்று இரவே பிளேன் ஏற வேண்டும். போலீஸ் பாதுகாப்புடன் சென்றான்.

ப்ரொ∴பெஸ்ஸர் மது தீசிஸ் ரிபொர்ட் புரட்டி பார்த்து விட்டு மிக அற்புதமாக இருப்பதாக கூறினார். ஒரு கையொப்பம் இட்டார்.

"கார்த்தி, நீங்கள் மிக சிறந்த வேலை செய்திருக்கிறீர்கள். நீங்கள் செய்த ப்ராஜெக்ட் வேலை ரொம்ப யூஸ்∴புல் ஆக இருக்கும் போல் தோன்றுகிறது" என்றார்.

தன்னைப் போன்ற இளம் மாணவர்களை ஊக்குவிப்பதற்கு இவ்வாறு பேசுகிறார் என நினைத்தான். அவனை அந்த பல்கலைக்கழகத்திற்கு அறிவுரை செய்த நண்பன் தயான்ந்த், மிகப்பெரிய பாராட்டுச் சான்றிதழ் ஒன்று பெற்றார். அது அவருக்கு அடுத்த வருடம் அஸோஸியேட் ப்ரொ∴பெஸ்ஸர் பதவிக்குக் கொண்டு செல்லும்.

அவன் அண்ணன் மணியின் திருமணத்தின் முந்தின நாள் அது. ஏர்போர்டிலிருந்து நேராக மண்டபத்திற்குச் செல்வதாக ஏற்பாடு. மாலை 6 மணி அளவில் ஏர்போர்ட் டாக்ஸி வந்து நின்றது. இரு நண்பர்களுக்கும் பிரியும் சமயத்தில் கண்ணிலிருந்து நீர் தளும்பியது. சமாதனப்படுத்திக் கொண்டார்கள்.

மே மாத விடுமுறையில் தயான்ந்த் கார்த்தி வீட்டிற்கு வந்து தங்குவதாக உறுதி கூறினார்.

நேராக செக் இன் செய்துவிட்டு போர்டிங் பாஸ் வாங்கிக் கொண்டு திரும்பினான். ஆறு போலீஸ் இன்ஸ்பெக்டர்களை தன் கண் முன்னே கண்டான்.

ஒரே அதிர்ச்சி. கடைசியில் ரவி நின்று கொண்டிருந்தார். அவர் கையில் ஒரு பூமாலை. அவன் கழுத்தில் பூமாலையை அணிவித்தார் பலத்தக் கைதட்டலுடன். ஒவ்வொருவராக கை குலுக்கினர். அவனுக்கு ஒரு கவர் அன்பளிப்பாக கொடுக்கப்பட்டது.

எல்லோரிடமும் அறிமுகம் ஆகியது. விடைப்பெற்றுக் கொள்வதற்கும் ஃபைனல் கால் வருவதற்கும் சரியாக இருந்தது.

ஐஜமாவ்

இந்தச் சதி கூட்டம் வேறு செயல்களில் ஈடுபட்டு இருப்பது தெரிந்தது. அந்த லெதர் தொழிற்சாலை அவலங்கள், அவற்றை சரி செய்ய முதலாளிகளிடம் பெரிய ரொக்கம் பெற்று விட்டு எதுவும் செய்யாமல் இருப்பது, அதை சோதனை செய்து வரும் அதிகாரிகளிடம் லஞ்சம் கொடுத்து சமாளிப்பது உதாரணத்திற்கு சில. கொஞ்சம் கொஞ்சமாக அந்த அவலச் செயல்கள் குறையத் தொடங்கின. நவ்பாரத் டைம்ஸ், அமர் உஜாலா, டைம்ஸ் ஆஃப் இந்தியா, முதலிய பத்திரிகைகளில் இந்த செய்திகள் வரத் தொடங்கின. கங்கை நதி தூய்மை ஆகி வருவது, தொழிற் சாலைகளின் தூய்மை இவற்றை எல்லாம் பத்திரியாளர்கள் பெரிதாக எழுதி இருந்தார்கள்.

சென்னை

சென்னை திரும்பியதும், கார்த்தி நேரே திருமண மண்டபத்திற்கு அழைத்துச் செல்லப்பட்டான். தனக்கு நடந்த கஷ்டங்கள் அனைத்தையும் மறந்து எல்லா கொண்டாட்டங்களிலும் கலந்து கொண்டான். குடும்பத்தினர் அவன் முகம் வாடி இருப்பதைக் கேட்டவுடன் ஏதோ ஒன்றைக் கூறிச் சமாளித்தான். திருமண விருந்து வாய்க்கு தெய்வாம்ருதமாக இருந்தது.

திருமண வீடு களைகட்டி இருந்தது. புது மணத் தம்பதிகளை சந்திக்க சில தெரிந்த குடும்பங்கள் வந்து கொண்டிருந்தனர். எத்தனையோ வீட்டில் விருந்துக்கு அழைத்திருந்தனர். கார்த்தி அவற்றில் எல்லாம் பட்டும் படாமலும் இருந்தான்.

"ஹல்லோ அண்ணி" அவ்வப்பொழுது கூறுவான். தன் தீசிஸ் பற்றி நல்ல அபிப்பிராயம் வரவேண்டும் என்று வேண்டாத தெய்வமில்லை. அவனை ஏளனமாக பார்த்த சில மாணவர்களுக்கு பாடம் கற்பிக்க வேண்டும் என்று நினைத்த வண்ணம் தானே தன் தீசிஸ் எழுதினான்! கார்த்தி வந்ததிலிருந்து அவனுடைய காலேஜ் நண்பர்களுடன் வாட்ஸ்அப் மூலம் பேசியோ, அல்லது மெசேஜ் அடித்து தொடர்பு

செய்து கொண்டிருந்தான். வரும் திங்கட்கிழமை காலேஜ் செல்ல முடிவு எடுத்திருந்தான். தன் டிபார்ட்மெண்ட்டுக்கு போய் ப்ரொபசர் கண்ணபிரான் சாரிடம் புத்தக அளவில் உள்ள ரிப்போர்ட்டை சப்மிட் செய்தான். அவர் அவனிடம் கை குலுக்கினார். தீசிஸ் கொடுத்தற்குப்பின் 1 மாதத்தில் லாஸ்ட் செமஸ்டர் பரீட்சை. நன்றாக எழுதி முடித்தான். தீசீஸ் பற்றிய அவ்வப்பொழுது தனக்கு வரும் கேள்விகளுக்கு விளக்கமாக பதிலளித்தான்.

கான்வகேஷன்

அன்றைய தினம், கான்வகேஷன் தினம். யாவருக்கும் ஒரு முக்கிய தினம். அதன் பின் அவரவர் வேலைக் கிடைத்து வெவ்வேறு இடத்திற்குச் சென்று விடுவார்கள். காலைலேயே காலேஜிற்குப் புறப்பட்டான். பெற்றோர்கள், மற்றும் அண்ணன், அண்ணி பின்னே வருவதற்கு டாக்சி ஏற்பாடு செய்திருந்தான்.

இதை விட அற்புதமாக மேடையை அலங்கரிக்க இயலாது. அதை விவரிக்க வார்த்தைகள் போதவில்லை. ஒன்று கல்லூரிக்கு, அன்றைய விழாவிற்கு வைஸ் சான்சிலர் வருவதால், மற்றொன்று அன்றைய வருடம் ஆட்டோனோமஸ் கல்லூரி என்ற சான்றிதழ் கல்லூரிக்குக் கிடைத்து விட்டதினால்.

எங்கும் ஒரே பரபரப்பு. ஜநூறுக்கும் மேற்பட்டவர்கள் வந்திருப்பார்கள். கான்வகேஷன் கவுனில் 30 மாணவர்களும் நடமாடிக் கொண்டிருக்கிறது பார்க்க நன்றாக இருந்தது. ஏளனம் செய்தவர்கள் என்று வித்தியாசம் பார்க்காமல் எல்லோரிடமும் பேசி ஆட்டோக்ராஃப் புக்கில் எழுதி வாங்கிக் கொண்டான். காலையில் 10 மணிக்கே அங்கு சென்றிருந்தாலும் நேரம் போனதே தெரியவில்லை. முதலில் கான்வகேஷன் ஜாக்கெட் அணிந்து கொண்டு

மாணவர்களை ஒவ்வொருவராக மேடையேறச் சொன்னார்கள். எல்லோர் கண்களும் சற்று கலங்கி இருந்தது. அதன் பிறகு யாரும் கல்லூரி வளாகத்தில் எங்கு வேண்டுமானாலும் செல்லலாம். சரியாக மாலை 5 மணிக்கு 2, 3 வரிசைகளில் வந்து அமரவேண்டும்.

ஒவ்வொரு டிபார்ட்மெண்ட்டாக சென்று லெக்சரர்களை பார்த்து விடைபெற்று வருவதற்குள் மாலை 4 மணி ஆகி விட்டது. ட்ரெஸ் செய்து கொண்டு அவர்கள் ரோல் நம்பர் எழுதப்பட்ட நாற்காலியில் அமர்ந்தனர்.

"எல்லோருக்கும் என் வணக்கங்கள்." தலைமை ஆசிரியர் தன் பேச்சைத் துவங்கினார். அடுத்து வெவ்வேறு எகனாமிக்ஸ் பிரிவுகளின் ஹெச். ஓ. டி. அவரவர் பிரிவின் அன்றைய வருட சாதனைகளை பற்றிக் கூறினார்கள். சுமார் 7 மணி அளவில் மாணவர்கள் அழைக்கப் பட்டார்கள். கார்த்தியின் பெற்றோர்கள் அங்கு ஒரு மூலையில் அமர்ந்திருந்தனர். கூடவே அண்ணன் மற்றும் அண்ணி தேவிப்ரியா.

பன்னிரெண்டாம் நம்பரில் "கார்த்திகேயன்" பெயர் அழைக்கப்பட்டது. பலத்த கைதட்டல் இருந்தது. சர்டி∴பிகேட் கொடுக்கப்பட்டது. சர்டி∴பிகேட் வாங்கி விட்டுத் தன் சீட்டில் அமர்ந்தான். ஆகாயத்தில் தானே பறப்பது போல் இருந்தது. 18 ஆக முரளி வகுப்பில் முதல் இடம் பெற்றவர். அதற்கும் மேலே கைதட்டல். அவர் கழுத்தில் ஒரு தங்கப் பதக்கம் அணிவிக்கப்பட்டது. 30 மாணவர்களும் பட்டம் பெற்றாயிற்று.

அப்பொழுது ஒரு ஆச்சரியம் நடந்தது. கடைசியாக ஒரு சிறப்புப் பரிசு அறிவிக்கப்பட்டது. யாரும் எதிர்பார்க்காத விதத்தில்.

உத்தரப்பிரதேச மாநிலம் வழங்கியுள்ள "டாக்டர் ராஜேந்திர சிங் ஈக்கோ கன்சர்வேஷன் பரிசு".

"கார்த்திகேயன் மேடைக்கு அழைக்கபடுகிறார்" அறிவிப்பு வந்தது.

கார்த்திக்கு ஒரே அதிர்ச்சி. மெய் சிலிர்த்தான். கண்களில் ஆனந்தக் கண்ணீர். வெகுவேகமாக கார்த்தி மேடை ஏறினான். ஒரு பதக்கம், ஒரு சான்றிதழ். மற்றும் ஒரு லட்சம் ரொக்க பரிசு. வைஸ் சான்செல்லெர் பதக்கத்தை அணிவித்தார். புனித கங்கைக்கு மனத்தினால் நன்றி தெரிவித்தான்.

ஐந்து நிமிட கைதட்டலுடன், அவன் பரிசு வாங்குவதை விழாவிற்கு சற்று முன்னமெ வந்திருந்த நிவேதா கூட்டத்தின் ஒரு மூலையில் இருந்து பார்வை இட்டாள்.

பேபி நகர் வேளச்சேரி

வாசலில் ஆரத்தி எடுத்துப் பின் கார்த்தியை உள்ளே விட்டார்கள். அன்று அனைவரும் உறங்கச் செல்லும் போது மணி ஒன்று. கார்த்தியின் சாதனைகளை பற்றிப் பேசிக்கொண்டே இருந்தனர். அன்று இரவே மணியும் அவன் மனைவியும், கார்த்தியின் மேல் படிப்புக்கு கடன் வசதி செய்து தர வேண்டும். மற்றும் இப்பொழுது தாம் இருவரும் தனிக்குடித்தனம் செல்லும் பேச்சை எடுக்க கூடாது என்று தீர்மானித்து உறங்கினர்.

ஆசிரியர் குறிப்பு

ஆசிரியர் திருமதி மீனா சுப்ரமணியன், வணிகவியல் பாடத்தில் ஒரு முதுகலை பட்டதாரி. அவர் பயின்றது சென்னை பல்கலைக்கழகத்தில். அவர் ஒரு பொதுத்துறை வங்கியில் முப்பது வருடம் பணியாற்றி இருக்கிறார். வேலையில் இருந்து ஓய்வு பெற்ற பின் அவர் தனக்கு பிடித்த களத்தில் இறங்கியுள்ளார். "கார்த்தியின் ஆராய்ச்சி" அவர் வெளியிடும் முதல் புத்தகம்.